പൂർണ

2023

അപർണ്ണ പ്രശാന്ത്

1985-ൽ മലപ്പുറം ജില്ലയിലെ തവനൂരിനടുത്ത് അയങ്കലത്ത് ജനനം. മാതാപിതാക്കൾ അധ്യാപകരായ അജിതൻ. സി, തങ്കം കെ.പി. രണ്ടു സഹോദരങ്ങൾ അമൃതവാണി, അരുൺ അജിതൻ. കേളപ്പൻ മെമ്മോറിയൽ ഗവ വൊക്കേഷണൽ ഹയർ സെക്കണ്ടറി സ്കൂളിൽ നിന്നും എസ്.എസ്.എൽ.സി. കോട്ടൺഹിൽ ഗേൾസ് തിരുവനന്തപുരത്തുനിന്ന് പ്ലസ്ടു. തിരുവനന്തപുരം ഗവ. ആയുർവേദകോളേജിൽ നിന്നും ആയുർവേദ ഫാർമസിയിൽ ഡിപ്ലോമ. ഇപ്പോൾ മലപ്പുറം ജില്ലയിലെ ചെറുകാവ് ഗവ. ആയുർവേദ ഡിസ്പെൻസറിയിൽ ഫാർമസിസ്റ്റായി സേവനം അനുഷ്ഠിയ്ക്കുന്നു. ഭർത്താവ് കേരള വാട്ടർ അതോറിറ്റിയിൽ ജോലി ചെയ്യുന്ന പ്രശാന്ത് അയോത്ത്. ഒരു മകൾ 5-ാം ക്ലാസ് വിദ്യാർത്ഥിനിയായ ശ്രീനിധി.

കവിത

അപർണ്ണ പ്രശാന്ത്

അഭയം

പൂർണ പബ്ലിക്കേഷൻസ്, കോഴിക്കോട്

കോഴിക്കോട് ■ കല്പറ്റ ■ തിരുവനന്തപുരം

Poorna Publications

Abhayam
Poems
Aparna Prasanth

Malayalam
First Edition: September 2023

Cover: Rabeesh

Typesetting: Poorna Clt.

ISBN: 978-81-300-2646-6
10204(9-2023)181.I.0.a

Published by:
POORNA PUBLICATIONS, KOZHIKODE
TBS Building, G.H. Road, Kozhikode-673001
Ph: 0495-2720085, 2720086, 2721025

Branches: **Kalpetta** 04936-203842
Thiruvananthapuram 0471-2570504

e-mail:tbsbook@gmail.com
Online Bookstore: www.tbsbook.com

ആമുഖം

ബാല്യത്തിൽ ഇടശ്ശേരിയുടെ പൂതപ്പാട്ടും, വയലാറിന്റെ അശ്വമേധവും ഒക്കെ സ്കൂൾ യുവജനോത്സവവേദികളിൽ അവതരിപ്പിയ്ക്കുന്നതിനു വേണ്ടി അമ്മ ഈണത്തിൽ ചൊല്ലി പഠിപ്പിച്ചുതരുമായിരുന്നു. കവിതയെഴുതാൻ തുടങ്ങിയപ്പോൾ വായിക്കാൻ കൈനിറയെ പുസ്തകങ്ങളും കവിതകൾ എഴുതി സൂക്ഷിയ്ക്കാൻ പ്രത്യേകം ഡയറിയും വാങ്ങിച്ചുതന്നു അച്ഛൻ. അധ്യാപക ദമ്പതികളായ അച്ഛനമ്മമാർ എന്റെ കവിതയെഴുത്ത് വളർത്തിയെടുക്കുന്നതിൽ വലിയ പങ്കു വഹിച്ചിട്ടുണ്ട്. മക്കൾക്കായി മനോഹരമായ ഒരു ലൈബ്രറി തന്നെ അച്ഛൻ വീട്ടിൽ ഒരുക്കിയിരുന്നു. കിട്ടുന്ന പുസ്തകങ്ങൾ എല്ലാം ആവേശത്തോടെ വായിക്കുമായിരുന്നു. മാതൃഭൂമി ആഴ്ചപ്പതിപ്പിലും ഭാഷാപോഷിണിയിലും ഒക്കെ വരുന്ന കഥകളും കവിതകളും വായിച്ചു വളർന്ന കുട്ടിക്കാലം. ഞാനും ഏട്ടനും വായിച്ച കഥകളെ കുറിച്ചെല്ലാം വീട്ടിൽ ചർച്ചകൾ പതിവായിരുന്നു. പ്രിയ എ. എസിന്റെയും പെരുമ്പടവം ശ്രീധരന്റെയും ഒക്കെ കഥകൾ ഞങ്ങൾക്കേറെ ഇഷ്ടമായിരുന്നു. വായിക്കാൻ ഇഷ്ടം കഥകൾ ആയിരുന്നു എങ്കിലും എഴുതുന്നത് കവിതകൾ ആയിരുന്നു. യുവജനോത്സവങ്ങളിൽ പങ്കെടുത്ത് കവിതകൾ എഴുതി. വിദ്യാരംഗം കലാസാഹിത്യവേദികളിൽ സജീവ സാന്നിധ്യമായി. മണ്ണ് എന്ന ഒരു കവിത 8-ാം ക്ലാസിൽ പഠിക്കുമ്പോൾ വിദ്യാരംഗത്തിന് വേണ്ടി എഴുതിയത് പൂർണ പബ്ലിക്കേഷൻസിന് അയച്ചുകൊടുത്തു. 8 പുസ്തകങ്ങൾ സമ്മാനമായി ലഭിച്ചു. സാഹിത്യ ക്യാമ്പുകളിൽ പങ്കെടുക്കാൻ തുടങ്ങി. തുഞ്ചൻ പറമ്പിൽ വെച്ച് നടക്കാറുള്ള ദ്രുതകവിതാമത്സരത്തിൽ പങ്കെടുത്തിരുന്നു.

യുവജനോത്സവ വേദികൾ തന്നെയായിരുന്നു സാഹിത്യസൃഷ്ടിക്കുള്ള പ്രധാന വേദി.

വിദ്യാരംഗം കലാസാഹിത്യവേദി തിരുവനന്തപുരത്ത് വെച്ച് നടത്തിയ സാഹിത്യക്യാമ്പിൽ പങ്കെടുക്കാൻ കഴിഞ്ഞത് വളരെ വേറിട്ട ഒരു അനുഭവമായി. കഥ, കവിത, നാടകം എല്ലാ വിഭാഗത്തിലും ഉള്ള ക്ലാസുകൾ പ്രശസ്തരായ കവികളും, സാഹിത്യകാരന്മാരും നാടകപ്രവർത്തകരുമൊക്കെയായി ഇടപെടാൻ കഴിഞ്ഞു. ഡിഗ്രി പഠനകാലത്താണ് ദൈവം പെപ്സി പിന്നെ ചില കണക്കുകളും എന്ന കവിത ദേശാഭിമാനിയുടെ ക്യാംപസ് പംക്തിയിൽ അച്ചടിച്ചുവന്നത്. അതൊരു വലിയ പ്രോത്സാഹനമായിരുന്നു. കവിതകൾ എഴുതുന്ന ശീലം കോളേജ് കാലഘട്ടം വരെയൊക്കെ കൊണ്ട് നടന്നു. പിന്നീട് പഠനവും ജോലിയും ഒക്കെയായി തിരക്കിലായി യൗവനകാലം. അതിനിടയ്ക്ക് വിവാഹം, കുടുംബജീവിതം, മകൾ അങ്ങനെ എഴുത്തിൽ നിന്ന് അകന്നു നിന്നപ്പോഴാണ് പുസ്തകം പ്രസിദ്ധീകരിയ്ക്കണമെന്ന മോഹം കലശലായത്. അങ്ങനെയാണ് 25 കവിതകളുടെ - സമാഹാരമായ അഭയം പിറവിയെടുക്കുന്നത്. ഹൈസ്കൂൾ കാലം മുതൽക്കിങ്ങോട്ട് കോളേജ് കാലം വരെ എഴുതിയ കവിതകളാണ് അഭയത്തിൽ ഉൾപ്പെടുത്തിയിരിക്കുന്നത്. അഭയത്തിലെ കവിതകൾ പലതും കവിതാരചനാമത്സരങ്ങളിൽ പങ്കെടുത്ത് എഴുതിയവയാണ്. അതല്ലാതെ എഴുതിയവയും ഉണ്ട്. എല്ലാ പ്രോത്സാഹനങ്ങളും തന്നുകൊണ്ടിരിയ്ക്കുന്ന എന്റെ മാതാപിതാക്കൾക്കുവേണ്ടി ഈ സമാഹാരം സമർപ്പിയ്ക്കുന്നു. അതോടൊപ്പം തന്നെ ആദ്യാക്ഷരം നാവിൽ കുറിച്ച ഗുരു മൺമറഞ്ഞുപോയ ശ്രീരാമകൃഷ്ണമിഷനിലെ ശ്രീ മൃഢാനന്ദ സ്വാമികളുടെ ഓർമ്മകൾക്കു മുമ്പിലും ഇതു സമർപ്പിയ്ക്കുന്നു.

പിന്നീട് ഓർക്കാനുള്ള പേര് ഇതിന്റെ അവതാരിക എഴുതി തന്ന ശ്രീ ആലങ്കോട് ലീലാകൃഷ്ണൻ സാറിന്റേതാണ്. തന്റെ തിരക്കുകൾക്കിടയിലും എന്റെയീ കവിതാസമാഹാരം വായിയ്ക്കാനും അതിനൊരു അവതാരിക മനോഹരമായി എഴുതിത്തരാനും സന്മനസ്സു കാണിച്ച ശ്രീ. ആലങ്കോടിന് പ്രത്യേക നന്ദി രേഖപ്പെടുത്തുന്നു. ഒരു പതിനഞ്ച് വർഷം മുമ്പ്

ഈ പുസ്തകം പ്രസിദ്ധീകരിക്കണമെന്ന മോഹം പറഞ്ഞപ്പോൾ ഡിടിപി വർക്കുകൾ ചെയ്ത് പുസ്തകരൂപത്തിൽ ആക്കിത്തന്ന ഞങ്ങളുടെ കുടുംബാംഗമായ സിന്ധുചേച്ചിയെ ഈ അവസരത്തിൽ ഓർക്കുന്നു. അഭയത്തിനു വേണ്ടി മനോഹരമായി ഇലുസ്ട്രേഷൻ ചെയ്ത് ചിത്രങ്ങൾ വരച്ച് തന്നത് ബിന്ധ്യ അഭിതാജ് എന്ന സുഹൃത്താണ്. അവരെയും സ്നേഹപൂർവ്വം ഓർക്കുന്നു.

അപർണ്ണ പ്രശാന്ത്

കണ്ണുനീരിനെ മധുരിപ്പിക്കുന്ന കവിത

ആലങ്കോട് ലീലാകൃഷ്ണൻ

കവിതയെഴുത്ത് കേവലം വിനോദമായി കണക്കാക്കുന്ന എഴുത്തുകാരിയല്ല അപർണ്ണ. തന്റെ ജീവിതത്തെ ജീവിതവ്യമാക്കിത്തീർക്കുന്ന യഥാർത്ഥ അനുഭവം കവിതയാണെന്ന് അപർണ്ണ ആഴത്തിൽ തിരിച്ചറിയുന്നുണ്ട്.

"അപർണ്ണയുടെ ജീവിതവീക്ഷണത്തെ കണ്ടെത്തുവാൻ ഈ കവിതകളിൽ ആവർത്തിച്ചുവരുന്ന ചില കാര്യവിചാരങ്ങളേയും ബിംബങ്ങളേയും മാത്രം വിലയിരുത്തിയാൽ മതി.

അവസാനതുള്ളി കവിതയും ഒഴുകിത്തീർന്നപ്പോൾ
എന്റെ കണ്ണുനീരിലെ ഉപ്പുരസം
ആദ്യമായും അവസാനമായും ഞാനറിഞ്ഞു.

(കവിതേ - നീയും ഞാനും)

ഈ അറിവാണ് കവിത. 'കണ്ണുനീർ' ഇവിടെ നമുക്ക് കവിയെ അറിയാനുള്ള ബിംബമാണ്.

അപർണ്ണയുടെ കവിതകളിലൂടെ നീളം ആവർത്തിച്ചുവരുന്ന ഇമേജാണ് കണ്ണുനീർ.

"ഈ സരസ്വതി ക്ഷേത്രത്തിൽ നടയിലെൻ
ഓർമ്മകൾ കണ്ണീരായ് ഒഴുകി വീണ്ടും.

കണ്ണുനീർ ധാരയായ് ഒഴുകിയൊഴുകി പിന്നെ
ഒരു കൊച്ചു തേങ്ങലായ് പരിണമിച്ചു"

(ഓർമ്മയിൽ വീണ്ടുമൊരു വിദ്യാലയം)

അപ്പോഴും ബാക്കിനിന്നത്
അമ്മയുടെ കണ്ണുനീർ മാത്രമായിരുന്നു

(രക്തബന്ധം)

"എന്റെ കണ്ണുനീരിനും ഭാഷയുണ്ടാകുന്നു"

(ഭാഷയുടെ ജാലകം)

നിറങ്ങൾ എന്നെനോക്കി പല്ലിളിച്ചുകൊണ്ടു
മറഞ്ഞുപോവുന്നത്
കണ്ണുനീരിന്റെ നിറവിലും ഞാൻ കണ്ടു

(നിറം മങ്ങിയ ക്യാൻവാസ്)

"നിന്റെ കണ്ണുനീരിൽ അലിഞ്ഞ്
നിന്റെ ദുഃഖങ്ങളുടെ മഹാസാഗരത്തിലേയ്ക്ക്"

(കളിക്കൂട്ടുകാരന്)

"കണ്ണുനീരു കടിച്ചമർത്തി
മുള്ളുപാകിയ പാതകൾ പിന്നിട്ടു"

(അച്ഛൻ)

ഓരോ മുഖങ്ങളും കണ്ടു മറയവേ
കിട്ടുമോ സാന്ത്വനം
ചൂടുള്ള കണ്ണുനീർ

(അഭയം)

ഇങ്ങനെ 'കണ്ണുനീർ' ഒട്ടെല്ലാ കവിതകളിലും കവിയുടെ അബോധത്തിലേക്ക് കടന്നു ചെല്ലാനുള്ള ഒരു താക്കോൽ പോലെ ആവർത്തിച്ചു വരുന്നു. 'കണ്ണുനീർ' എന്ന പേരിൽത്തന്നെ ഒരു കവിതയുണ്ട്. ആ ജീവിത സത്യത്തെ തിരിച്ചറിയുന്നു.

"ഒടുവിൽ കണ്ണുനീരിൽ കുതിർന്നപ്പോൾ

തിരിച്ചറിയുന്നു, കണ്ണുനീരിനും മധുരമുണ്ടെന്ന്"

കണ്ണുനീർ എന്ന ബിംബം ഇവിടെ ഒരനുഭവത്തിന്റെ ആദിമരൂപമായി നിന്നീടുകയും അതിന്റെ നാനാവിധങ്ങളായ ആവർത്തനങ്ങളാണ് ജീവിതാംശങ്ങളെന്ന് ആ ബിംബം തന്നെ നമ്മെ ഓർമ്മിപ്പിക്കുകയും ചെയ്യുന്നു. കരച്ചിലിനെ അനുസരിക്കുന്ന കാവ്യയാത്രയിലൂടെ അപർണ്ണ കണ്ണുനീരിനെ മധുരിപ്പിക്കുകയും എല്ലാ ജീവിതവേദനകളേയും സുന്ദരമാക്കിത്തീർക്കുകയും ചെയ്യുന്നു.

കവിതകൾ വായിച്ചാസ്വദിക്കുവാനും അനുഭവിയ്ക്കുവാനുമുള്ളവയാണ്. അതിനാൽ കവിയ്ക്കും ആസ്വാദകർക്കുമിടയിൽ നിന്ന് ഇതിൽ കൂടുതൽ കവിതകളെ വ്യാഖ്യാനിയ്ക്കാൻ ശ്രമിക്കുന്നില്ല. അപർണ്ണയ്ക്കും അപർണ്ണയുടെ ഈ കാവ്യപുസ്തകത്തിനും വിജയം മാത്രമാശംസിക്കുന്നു.

സ്വന്തം

ആലങ്കോട് ലീലാകൃഷ്ണൻ

ഉള്ളടക്കം

സമർപ്പണം

എല്ലാ പ്രോത്സാഹനങ്ങളും തന്നുകൊണ്ടിരിയ്ക്കുന്ന എന്റെ മാതാപിതാക്കൾക്കുവേണ്ടിയും അതോടൊപ്പം തന്നെ ആദ്യാക്ഷരം നാവിൽ കുറിച്ച ഗുരു മൺമറഞ്ഞുപോയ ശ്രീരാമകൃഷ്ണമിഷനിലെ ശ്രീ മൃഢാനന്ദ സ്വാമികളുടെ ഓർമ്മകൾക്കു മുമ്പിലും ഈ സമാഹാരം സമർപ്പിയ്ക്കുന്നു.

കവിതേ - നീയും ഞാനും

എന്റെ ഏകാന്തതയിൽ എനിക്ക് കൂട്ട് കവിതകളായിരുന്നു...
മജ്ജയും, മാംസവുമുള്ള കവിതകൾ
അമരയായ അവർണ്ണനീയമായ കവിതകൾ
ഒടുവിൽ ആത്മാവിൽ നോവുമായി
വേദനകളുടെ കാൽവരിയിലേക്ക്
ആത്മപാപങ്ങളുടെ കുരിശുമായി
വേച്ച് വേച്ച് കയറുമ്പോൾ
എന്റെ കവിതകൾ വിങ്ങുകയായിരുന്നു.
കണ്ണീരുപോലും നഷ്ടപ്പെട്ട എനിക്ക്
അന്നും കവിത മാത്രമായിരുന്നു കൂട്ട്!
ഒടുവിൽ വേണ്ടപ്പെട്ടവരെന്നുകരുതിയവർ
നൽകിയ മുൾക്കിരീടമണിഞ്ഞ്
ആത്മനൊമ്പരങ്ങളുടെ കുരിശിൽ പിടയുമ്പോൾ,
എന്നിൽനിന്നൊഴുകിയത്
ചുടുനിണമല്ലായിരുന്നു.
എന്റെ കവിതകളായിരുന്നു
ജീവസ്സുറ്റ കവിതകൾ!

വികാരങ്ങൾ നഷ്ടപ്പെട്ട എനിക്ക്
ഒരു ഉയിർത്തെഴുന്നേൽപ്പില്ലെന്ന സത്യം
ഞാനറിയുന്നു....
അവസാനതുള്ളി കവിതയും ഒഴുകിത്തീർന്നപ്പോൾ
എന്റെ കണ്ണുനീരിലെ ഉപ്പുരസം
ആദ്യമായും, അവസാനമായും ഞാനറിഞ്ഞു.

കരയുന്ന പ്രകൃതി

പ്രകൃതി നീയെന്തൊരു ഭാഗ്യഹീന:
കരയുവാൻ മാത്രം പിറന്നവളോ?
അറിയുന്നിതാരുനിൻ ഗദ്ഗദം മുറ്റി-
കരളാൽ കുരുങ്ങുന്ന തേങ്ങലുകൾ?
ഒടുവിൽ നീ എന്തിനും നിർമ്മൂകസാക്ഷിയായ്
വിടചൊല്ലുവാനോർത്തുകോപ്പു കൂട്ടുമ്പൊഴും,
നരർദുഷ്ട ജന്മങ്ങൾ നിന്നെ മഥിക്കുന്നു
കോടാലിവയ്ക്കുന്നു സ്വന്തം ശിരസ്സിലായ്!
ഒരുപാട് നൊമ്പരം ബാക്കിയാക്കി
വിങ്ങുന്ന നിന്റെ വ്രണിതമാം ഹൃദയത്തെ
ക്ഷമയെന്ന വാക്കുകൊണ്ടൊന്നു ഹനിക്കുന്നു,
കൊല്ലുവാൻ വെമ്പുന്ന തൻമക്കളിൽ
ശാപവാക്കുകളോതുവാൻ പോലുമശക്തനീ,
മണ്ണും ജലവും വനവും നശിച്ചുപോയ്
ഇന്നിനി എന്തുണ്ട് ബാക്കിയായ്?
അറിയുന്നു നിന്നെ ഞാൻ നിൻതപ്ത-
ഹൃദയത്തിൻ തേങ്ങൽ ഞാനിന്നുകേൾപ്പൂ.

വനഭൂമി വെട്ടി നികത്തുന്നു കോൺക്രീറ്റു
സൗധങ്ങൾ എത്രയായ് സോദരേ?
ചൂടിന്റെ ചൂളയിൽ വെന്തുരുകുമ്പോഴും,
മഴയൊന്നു പെയ്യുവാൻ ആശിക്കുകില്ലയോ?
ഇന്നെവിടെ വൃക്ഷങ്ങൾ? പറയുവിൻ കൂട്ടരെ,
മാതാവുനിങ്ങൾതൻ ശത്രുവായ് തീർന്നുവോ?
ചാലിയാരോരത്ത് കേട്ട വിലാപങ്ങൾ
ശ്രവണങ്ങൾ കീറി മുറിച്ചിടുന്നു.
വിഷജലമല്ലയോ മുറ്റും പുഴകളിൽ
ഇതിനാരു ഹേതുവെന്നൊരുവേള ചൊല്ലുമോ?
പോറ്റാനൊരാളുണ്ടോ ചേക്കേറാൻ
കൊമ്പൊന്നു വേറെയുണ്ടോ?
പൊഖ്റാനിലണുബോംബ് പൊട്ടുന്ന-
ശബ്ദമോ പ്രകൃതിയെ ബധിരയാക്കുന്നു
സർവ്വനാശത്തിന്റെ ബീജം കുരുക്കുമ്പോൾ
മാതാവുതേങ്ങുന്നു കേൾപ്പിതോ കൂട്ടരേ...

തെരുവിന്റെ മക്കൾ

നഗരത്തിന്റെയേതോ അഴുക്കുമൂലയിൽ
നൊന്തുപെറ്റിന്നലെ ഒരു ഭാഗ്യഹീന-
ഒരു തെരുവിന്റെ പുത്രനെ,
അങ്ങനെയെത്രപേർ ഉറ്റവരില്ലാത്തവർ
നമ്മൾ കൊടുത്തപേർ തെരുവിന്റെ മക്കൾ!
അവരുടെ ജീവിതം വെറും പാഴ്വസ്തുവായ്
തീരുന്നു മുജ്ജന്മപാപഫലമെന്നപോൽ.

രക്തബന്ധം

രക്തബന്ധത്തിന്റെ ചുറ്റിപ്പിണരുകൾ
പൂരിപ്പിക്കാനാവാത്ത പദപ്രശ്ന-
ത്തിന്റെ സങ്കീർണ്ണത:
ഹൃദയബന്ധങ്ങൾക്ക് വിലക്കുകൽപ്പിക്കുന്ന മതവൈരങ്ങൾ,
മുലപ്പാലിലും വിഷം പടരുന്ന പുതുയുഗം,
മനസ്സുകളിൽ അവജ്ഞയുടെ ആളിപ്പടർപ്പുകൾ
ഒടുവിൽ എല്ലാം കെട്ടണയുമ്പോൾ,
നമുക്ക് നാം അന്യരാകുന്നു.
നാം പടുത്തുയർത്തിയ മതിൽക്കെട്ടുകൾ
നമ്മെത്തന്നെ വേർതിരിക്കുന്നു.
ഒടുവിൽ എല്ലാം കെട്ടണയുന്നു.
അപ്പോഴും ബാക്കിനിന്നത്
അമ്മയുടെ കണ്ണീരുമാത്രമായിരുന്നു.

മരിക്കാത്ത ഓർമ്മകൾ

ഓർമ്മകൾ നൊമ്പരപ്പെടുത്തും മനത്താലെ,
ഓർത്തുപോയ് ഒരു സന്ധ്യക്കെന്റെ മുത്തശ്ശിയെ!
ഉണ്ണിയുണ്ണാൻ വരൂ എന്നു ചൊല്ലിയെൻ
പിന്നിലായ് നടന്നെത്ര കാതംവരെ,
എന്നെ മടിയിലിരുത്തി രാമായണം
ചൊല്ലിയുറക്കെയീണത്തിലെൻ മുത്തശ്ശി
ഇന്നലെയായിരുന്നെന്നു തോന്നുമ്പഴും,
താളുകൾക്കെത്രയപ്പുറത്താണത്?
കാലമാകുന്ന ഓട്ടമത്സരത്തിലെ-
ഓട്ടത്തിനിടക്കെത്ര നാൾപോയി?
ഇന്നീ നഗരത്തിൻ കോണിലെ
ഭീമമാം ഫ്ളാറ്റിൻ മുറിയിൽ യാന്ത്രികത-
മുറ്റും ജീവിതച്ചീട്ടുകളിക്കിടെ
എന്തേ ഓർത്തൂഞാൻ സ്നേഹ സമ്പൂർണ്ണയാം
എൻ മുത്തശ്ശിയെ.

Bindhya...

ഓർമ്മയിൽ ഒരോണം കൂടി

ഓർമ്മകൾ പിച്ചവച്ചെന്റെ മുറ്റത്തെത്തി,
ആയിരം സൗഗന്ധികഗന്ധവുമായി
എന്നിലൂടാഗന്ധമൊഴുകിയൊഴുകി പ്പിന്നെ-
എങ്ങോ ലയിച്ചു മറഞ്ഞീടുന്നു.
നഷ്ടസ്വപ്നങ്ങൾ തൻ തേങ്ങലിൽ ഞാൻ കേട്ട-
വെറ്റിലച്ചെല്ലത്തിൻ മന്ത്രണങ്ങൾ,
ഉമ്മറകോലായിലിന്നലെ മുത്തശ്ശി,
ചുണ്ടു ചുമപ്പിച്ചിരുന്നിരുന്നു.
ഏതോ ഒരാത്മാവിനേകാന്ത ഗദ്ഗദം,
കാതോർത്തു ഞാൻ വീണ്ടും നിലക്കയല്ലോ.
തുമ്പയും ചിറ്റാട കോളാമ്പി മന്ദാര-
മൊന്നുമില്ലാത്തൊരു ഓണമെത്തി.
പ്ലാസ്റ്റിക്കുപൂക്കളെകൊണ്ടുനിറയുന്നു
മാർക്കറ്റിൽ പിന്നിനിയെന്തുവേണം?
പൂവിളിയെങ്ങുമുയർന്നില്ല എന്നുള്ളിൽ
തേങ്ങുന്ന ഗദ്ഗദം ബാക്കിയായി.

പപ്പടം, പായസം ഒന്നുമുണ്ടാക്കണ്ട,

എല്ലാം റെഡിമെയ്ഡ് പാക്കുകളിൽ

മാവേലിയെക്കാത്ത് ആരുമിരിക്കേണ്ട

അദ്ദേഹമിങ്ങോട്ട് വന്നീടില്ല!

ഇവിടെയരങ്ങേറും കുത്തും, കൊലകളും
കാണുവാൻ മന്നനു ത്രാണിയില്ല.
വർണപ്പൊലിമകൾ ചന്ദ്രിക ചാർത്തി-
യൊരോണമെനിക്കുമുണ്ടായിരുന്നു.
അമ്മയണിയിച്ച കോടിയുടുത്തുകൊ-
ണ്ടുഞ്ഞാലിലാടിയ ഓർമ്മ ബാക്കി.
ഓർക്കുവാൻ പുലികളി തിരുവാതിരക്കളി-
പുള്ളുവൻ പാട്ടിന്റെ ഈണങ്ങളും,
പത്തുനാൾ കാത്തങ്ങൊരോണമെത്തീടുമ്പോൾ
ഉത്സവം വീടിന്റെ ചുറ്റുമായി.
ആറൻമുളയിലെ വള്ളങ്ങൾ മത്സരി-
ച്ചങ്ങു തുഴയുന്ന കാഴ്ചകളും,
തൃക്കാക്കരപ്പനെ വയ്ക്കലും പൂജയും,
മങ്ങാതെ നില്ക്കുമെന്നോർമ്മച്ചെപ്പിൽ.
മാവേലിത്തമ്പുരാൻ വാണൊരീ നാടിന്റെ
തനിമ മരിച്ചൊരീ കാഴ്ച കാണാൻ,
ഇന്നെനിക്കാവില്ല ഇവിടെ വിലസുന്ന,
സൂര്യനെല്ലിക്കൊന്നും സാക്ഷിയാകാൻ.
കഴിയാതെ വിങ്ങുന്ന മാവേലി മന്നനെൻ-
ഉള്ളിൽ വിറച്ചങ്ങിരിപ്പാണ്.

ഓർമ്മയിൽ വീണ്ടുമൊരു വിദ്യാലയം

പഴയ ചെമ്മൺ പാത തിരയുന്ന കണ്ണുകൾ,
ഉത്തരം കിട്ടാത്ത ചോദ്യമായ് എൻമുന്നിൽ
നിൽക്കവേ കണ്ടുഞാൻ പൊടി പറത്തിക്കൊണ്ടു-
വണ്ടികൾ പായുന്ന ഈ മഹാനഗരമോ എന്റെ ഗ്രാമം?
അന്നീ ഇടവഴിപ്പാതതന്നറ്റത്തിൽ,
എൻ മോഹസ്വപ്നമുണ്ടായിരുന്നു.
കാലചക്രത്തിന്റെ ഭ്രമണവേഗത്തിലെൻ-
ഗ്രാമസൗധത്തിനിന്നെന്തുപറ്റി?
എന്റെ കണ്ണുകൾ തിരയുന്ന ചോദ്യത്തിനുത്തരം!
ഒടുവിലാതേൻമാവിനരികിലെത്തി-
ആയിരംതാരകം ഒന്നായ് വിരിയുന്ന
ആനന്ദമെൻഹൃത്തിലൊഴുകിയെത്തി.
അവിടെയൊരു നൂറ്റാണ്ടുകാലത്തെ കഥയുമായ്
ഒരു യുഗസാക്ഷിയുണ്ടായിരുന്നു.
കണ്ണുനീർ ധാരയായ് ഒഴുകിയൊഴുകിപ്പിന്നെ
ഒരു കൊച്ചുതേങ്ങലായ് പരിണമിച്ചു.
ഇവിടെയെൻ വിദ്യാലയത്തിന്റെ മുറ്റത്തു-
വന്നെന്റെ ജീവിതം ധന്യമായി.

എൻ ഹൃദയതാളങ്ങൾ ത്വരിതമായ് ഒടുവിൽ ഞാൻ
വീണ്ടുമൊരു കുട്ടിയായ് പരിണമിച്ചു.
ആ വസന്തത്തിന്റെ ഓർമ്മകൾ മായ്ക്കാതെ
തണലുമായ് തേൻമാവുനിന്നിരുന്നു.
കൂട്ടുകാരോടൊത്ത് കളിയും, ചിരിയുമായ്
ഞാനുമാലോകത്തിലലിയുകയായ്,
കൊച്ചുപിണക്കങ്ങൾപോലുമെന്നോർമ്മയിൽ
മായാതെ മങ്ങാതെ വന്നുചേർന്നു.
കൂട്ടുകാർക്കെന്നുമൊരു മാതൃകാപാത്രമായ്
അധ്യാപകർക്കെന്നുമൊരു കണ്ണിലുണ്ണിയായ്
ഈ നികുഞ്ജത്തിലന്നോടി കളിച്ചൊരാ-
കുസൃതിക്കുടുക്കയായ് മാറിയെങ്കിൽ.
ജീവിതഭാരങ്ങളിഴചേർന്നുവെങ്കിലും
മനമെന്നുമിവിടെ ഉണ്ടായിരുന്നു.
സ്കൂളിന്റെയരികിലൂടൊഴുകുന്ന ആറിലെ
ഒരു ധാരയാകുവാൻ ഞാൻ കൊതിച്ചു.
പുസ്തകകെട്ടുകൾ ഭാരമായീടുന്ന
നവതലമുറയെന്തു ഭാഗ്യഹീനർ.
പുസ്തകസഞ്ചിയും പേറിപ്പറക്കുന്ന
പഴയ പൂമ്പാറ്റയായ് മാറിയെങ്കിൽ
പഠനമൊരുത്സവമാക്കിയ ബാല്യത്തി-
ലെത്തിക്കു കാലമേ എന്നെ വീണ്ടും.
പഠിച്ചും, ചിരിച്ചും, കളി പറഞ്ഞും പിന്നെ
ബാല്യവസന്തം കടന്നുപോയി.

ആ വസന്തത്തിന്നേഴഴകേകിയ
ജീവിതപ്പച്ചയെൻ വിദ്യാലയം.
മരുഭൂവിലാർത്തയായ് ഒരു തുള്ളി നീരിനായ്
തിരയവേ ഒരു മരുപ്പച്ചയായി-
കണ്ണിൽ നിറയുന്നു വീണ്ടുമെൻ വിദ്യാലയം.
ജീവിതയാത്രയിൽ ഓർക്കുവാനൊരുപാടു-
മുത്തുകൾ തന്നൊരീ വിദ്യാലയം
വിടപറയാൻ നേരമായ് ഒരു നോക്കുകൂടിയെൻ
കണ്ണുകൾ സജലമായ് മാറിടുന്നു.
ഇനിയൊരിക്കൽ കൂടി വരുവാൻ കഴിഞ്ഞെങ്കിൽ
പഴയ വിദ്യാർത്ഥിയായ് മാറുവാനായ്
ഈ സരസ്വതീക്ഷേത്രത്തിൻ നടയിലെൻ
ഓർമ്മകൾ കണ്ണീരായ് ഒഴുകി വീണ്ടും.

അറിയുക നീ ഗോപികയെ

ഗുരുവായൂരമ്പല നടയിലായ് അശ്രുക്കൾ
കൊണ്ടു നിനക്കായ് ഞാൻ വാകചാർത്തി!
എൻ ഹൃദയത്തിൻ തന്ത്രിയിൽ മീട്ടിയ,
വേണുഗാനത്തിലും നിൻ പ്രസാദം കണ്ണാ-
അറിയുക നീ ഈ ഗോപികയെ;
പാപത്തിൻ അജ്ഞാത കാരാഗൃഹത്തിൽ നീ-
ന്നീ ഗോപികയെ നീ വിട്ടയയ്ക്കൂ,
ഓടക്കുഴൽ നാദം മാത്രം ശ്രവിക്കാനായ്
കാതുകൾ കൂർപ്പിച്ചു ഞാനിരിപ്പൂ.
ശ്രീ ഗുരുവായൂരിൽ അമരുമീ ചൈതന്യം
അടിയന്റെ മനസ്സിലും പ്രതിഫലിപ്പൂ കൃഷ്ണാ-
അറിയുക നീയി ഗോപികയെ;
നിനക്കായ് തുറന്നിട്ട ഗോപുരവാതിലിൽ,
ഒരു പീലിത്തുണ്ടുമായ് ഞാനിരിപ്പൂ ഇന്നും-
അവിടുത്തെ ചൈതന്യം ഓർത്തിരിപ്പൂ.
തവരൂപം, തവനാദം, തവ ചൈതന്യം മാത്രം
മമ ഹൃദയത്തിൽ നിറയണം നാരായണാ...

ദൈവം, പെപ്സി, പിന്നെ ചില കണക്കുകളും

ദൈവത്തിന്റെ കണക്കുപുസ്തകം
കണ്ണീരിൽ മുക്കിയ പേനകൊണ്ട്
ആദ്യത്തെ കണക്ക്-പെണ്ണ്;
പിന്നെയും എന്തൊക്കെയോകുത്തിക്കുറിക്കലുകൾ
ചിലയിടത്ത് കണക്കിൽപിശകുകൾ,
ദൈവത്തിനും തെറ്റുപറ്റാം,
സഹോദരന്റെ മാറിലൂടെ മതവൈരത്തിന്റെ
കത്തിയിറക്കുന്ന പുതുയുഗം.
പിന്നെയും കൂട്ടലും കുറക്കലും,
ചതുഷ്ക്രിയകൾ മാറിമറയുന്നു.
അതിൽ ഞെരിഞ്ഞമരുന്നത്
ഇടത്തരക്കാരന്റെ ദിവാ സ്വപ്നം
ചിലപ്പോൾ കണക്കിൽപെടാത്ത ചിലതും,
മന്ത്രി മന്ദിരങ്ങളിൽ നിശാനൃത്തം പൊടിപൊടിക്കുന്നു.
ഇതിനിടയിൽ എഴുതാതെ പോയ മറ്റൊരു കണക്ക്!
എഴുതിയും, മായ്ച്ചും വീണ്ടും
തിരുത്തപ്പെടുന്ന കണക്ക്,
നിയമങ്ങൾ, ചട്ടക്കൂടുകൾ,

ഒടുവിൽ ഈ ഗണിത സങ്കീർണ്ണതക്കിടയിൽ

ഒരു ഷോട്ട് ബ്രേക്ക്!

പെപ്സിയും കോക്കും നുരഞ്ഞുപതയുന്നു.

ദൈവം ചുണ്ടുനുണഞ്ഞുകൊണ്ട്

മൊഴിയുന്നു.

"Enjoy Pepsi, it makes you feel better"

വേനൽ

എന്നന്തരാത്മാവിന്റെ
ആഴങ്ങളിൽനിന്നെങ്ങോ
ദാഹാർത്തമാം നൊമ്പരം
അഗ്നിയായ് ജ്വലിക്കുന്നു.
നിള വറ്റി വരളുമ്പോൾ,
മണൽവാരി ആഹ്ലാദിപ്പോർ
എരിയുന്നു വേനൽചൂടിൽ
പ്രകൃതി വിറകൊൾവൂ
ഇവിടെ മനുഷ്യന്റെ മനസ്സിൽ കനലാണ്
ക്ഷുദ്രചിന്തകൾ മർത്ത്യഹൃദയം മഥിക്കുന്നു.
സ്നേഹത്തിൻ തലോടലായ്
നമ്മളൊന്നെന്നോതും അദ്വൈതമുയർന്നെങ്കിൽ!
ഇവിടെ സ്ത്രീത്വത്തിന്റെ അഭിമാനം കാത്തെങ്കിൽ!
ഇനിയും മാറാടുകൾ ഉയിർക്കാതിരുന്നെങ്കിൽ!
ഇനിയും ദൈവനാട്ടിൽ രക്തക്കറകൾ മറഞ്ഞെങ്കിൽ!
ഇവിടെ സ്നേഹം വറ്റി ദയ, കാരുണ്യം വറ്റി
വേനൽ, വേനൽ മർത്ത്യഹൃത്തുക്കൾ മഥിക്കുന്നു.

ഇടക്കെങ്ങോ ഉഷ്ണക്കാറ്റടിക്കുന്നു.

ഇവിടെ കണ്ണീർ മാത്രം പഴമ്പാട്ടായീടുന്നു.

വേനലിൽ മഴയായി സ്നേഹദൂതൻമാരായി

മനുഷ്യത്വത്തിൽ ചിലമ്പൊച്ചകൾ കേൾക്കുന്നുവോ?

അടുത്തെത്തും നാദം മനസ്സിൽ ആഴങ്ങളിൽ

പതുക്കെ പ്രകമ്പനം കൊള്ളിച്ചുകടന്നുപോം,

മനസ്സിൽ മഹാത്മാവിൻ അഹിംസാവചസ്സുകൾ,

മദറിൻ സമാധാനസന്ദേശങ്ങളും പിന്നെ,

പഴയ അച്ചിൽ വാർത്ത പുതിയ മനസ്സുമായ്

നമുക്കു മുന്നേറിടാം കലിയുഗവേനൽ മായ്ക്കാം!

ഇവിടെ സ്നേഹത്തിന്റെ പ്രാവിനെ പറത്തീടാം.

ഈ ഫ്ളാറ്റിൽ ഇരുപതാം നിലയിൽ
ആകാശത്തിന് നേരെ താഴെ
ഫാക്ടറി പുക ശ്വസിച്ചുകൊണ്ട്
പഴയ സ്വപ്നങ്ങളെ താലോലിച്ച് ഞാൻ!
എന്റെ നഷ്ടങ്ങൾക്കുപകരം
ഇന്നു മാനം മുട്ടെ സൗധങ്ങൾ
ഫാക്ടറികൾ, വ്യവസായഗേഹങ്ങൾ
മണ്ണ് മരണശയ്യയിൽ പിടയുമ്പോൾ
മരിച്ചിട്ടും മരിക്കാതെ ഞാൻ!
ഒരുപിടി മണ്ണിൽ കാലൂന്നി നിൽക്കാൻ
പിടക്കുന്ന മനസ്സിന്റെ നൊമ്പരം
ഹൃദയം നഷ്ടപ്പെട്ട എന്റെ ഭൂമി ഉച്ഛ്വാസവായുവിനുവേണ്ടി
കേഴുന്നുണ്ടായിരുന്നു
അമ്മയുടെ ഹൃദയം കുത്തിത്തുറന്ന്
ഊറ്റിയ ജീവജലം
കുപ്പികളിൽ നിറച്ച് വിലപേശുന്ന പുതുയുഗം!
അവശേഷിക്കുന്ന എന്റെ ഗ്രാമസ്വപ്നങ്ങളും
നക്ഷത്ര ഹോട്ടലുകൾക്കായി ബലി കഴിക്കുന്നു!
ഈ ആകാശക്കോട്ടയിൽ ഞാൻ തനിച്ചാവുന്നു!
മരുഭൂവിൽ മരീചിക തേടി
എന്റെ യാത്ര തുടരുന്നു.

ഭാഷയുടെ ജാലകം

ഹൃദയത്തിന്റെ അന്തർഗതങ്ങളിൽ
ഓർമ്മയുടെ അവ്യക്തമായ ജാലകത്തിലൂടെ
പതിയെ കാലാന്തരങ്ങളിലൂടെ
യുഗങ്ങളിലൂടെ മുലപ്പാലിന്റെ
തേനൂറുന്ന രസനയിലേക്ക്
എന്റെ ആത്മാവ് കടന്നുവന്നു.
അതിനെ അമ്മയാക്കി ഞാൻ ആനന്ദിച്ചപ്പോൾ,
ഹൃദയത്തിന്റെ അറകളിലെങ്ങോ
നിർവൃതിയുടെ താളങ്ങൾ മുഴങ്ങി.
അതെന്റെ ഭാഷയായിരുന്നു.
എന്റെ വികാരങ്ങൾക്ക്
അർത്ഥതലങ്ങൾ സമ്മാനിച്ചതും
ഒടുവിൽ തിരി അണയുമ്പോൾ
അമ്മേ എന്നെന്നെക്കൊണ്ടു പറയിച്ചതും
നീ തന്നെ ഞാനറിയുന്നു.
മണ്ണിൽ തുടിക്കുന്നു വിണ്ണിലും
നിന്റെ പുകൾ അമ്മേ മലയാണ്മേ
തുഞ്ചന്റെ പുത്രിയായ് നീ അവതരിച്ചപ്പോൾ,
ഈ മണ്ണിൽ ഒരു പുല്ലായെങ്കിലും
പിറക്കാൻ കൊതിച്ചു ഞാൻ.

അമ്മയായ് - നന്മയായ് നീ നാവിൽ തുമ്പിൽ
ദേവിയായ് വിളങ്ങുന്നു.
നിന്നിലൂടെ യുഗങ്ങളെ,
സാംസ്കൃതിയെ, ഭാവനകളെ,
നിർവൃതികളെ, ആത്മഭാവങ്ങളെ,
ഞാൻ ഉണർത്തി വളർത്തി
നിന്റെ കണ്ണ് എന്റെ കണ്ണാടിയായി!
മലയാളക്കര ഉയരം പിന്നിടുമ്പോൾ
അമ്മേ - നിന്റെ താരാട്ടുപാട്ടിൽ
ഞാനെന്നും ധന്യ.
അക്ഷരക്കൂട്ടങ്ങളെ നിന്റെ പ്രതിബിംബത്തെ
നീ ഇഷ്ടദാനമായ് തരുമ്പോൾ,
ആചാര്യ മൊഴി മുത്തുകൾ
നീ ഓതിത്തരുമ്പോൾ
എന്റെ കണ്ണുനീരിനും ഭാഷയുണ്ടാകുന്നു.
നീയാം ജാലകം എന്നെ ഞാനാക്കുമ്പോൾ,
അജ്ഞതയുടെ അന്ധകാരത്തിൽ നിന്ന്
വെളിച്ചത്തിന്റെ ദന്തഗോപുരങ്ങളിലേക്ക്
ഞാനറിയാതെ ഉയരുന്നു.
നിന്നിലൂടെ ഞാനെന്നെ, പിന്നെ
എന്റെ സഹജരെ, അറിയുന്നു.
നിന്നെ മുറിപ്പെടുത്താൻ കാത്തുനിന്നവരെ
എന്റെ തൂലികകൊണ്ട് ഞാൻ ഹനിക്കട്ടെ!
നീയാം മുത്തുകൾ കോർത്ത മണിമാല?
ഞാനെന്റെ കഴുത്തിലണിയട്ടെ?
യുഗങ്ങളിലൂടെ ഒരു ധാരയായ്
നീ ഒഴുകിയപ്പോൾ ആ ധാരയിൽ
ഒരോളമാകാൻ ഞാനും മോഹിച്ചു!

നിന്നെ പഴമയുടെ മുദ്ര കുത്തി
അഴുക്കുചാലിലേക്ക് എറിയാൻ ഒരുക്കം കൂട്ടുമ്പോൾ,
ആ മടിയിൽ തലവെച്ച്
നിന്നിലേക്ക് ലയിക്കാൻ ഞാനാശിച്ചു.

സുകൃതക്ഷയം

ചോര ചിന്തിയ പടനിലത്തിൽ പണ്ടു
വീണുവിങ്ങിയ മന്നൻ പ്രബുദ്ധനായ്,
സർവ്വസംഗപരിത്യാഗമാകുന്ന വെൺമയെ
ത്തന്നെ ആലിംഗനം ചെയ്തു!
(ബുദ്ധധർമ്മത്തെ ഹൃത്തടം ചേർത്തുപോയ്)
ഇന്നതേ ഭൂവിൽ മർത്ത്യർ ഒഴുക്കുന്നു-
ഭ്രാതാവിന്നുടെ രക്തവും മാംസവും.
പാർട്ടി നോക്കീട്ടു വെട്ടുന്നു പിന്നെയും
മൃത്യുകണ്ടു കൃതാർത്ഥനായിരുന്നു.
പാർട്ടിയുണ്ടാക്കി കേമനായീടുന്നു.
കൂട്ടുകാരെ ഇകഴ്ത്തിപ്പുലമ്പുന്നു.
തന്റെ വൈഭവം എന്നു നിനച്ചിട്ടു
തൻതല മറന്നെണ്ണതേച്ചീടുന്നു.
തൻ പുതുക്കാശിൻ കോട്ടകൾകെട്ടുന്നു.
കാശുകൊണ്ടവർ വിദ്യയളക്കുന്നു.
കോളേജെത്രയോ വാങ്ങുന്നു സ്വന്തമായ്
ധർമ്മം ഇന്നഹോ അതിവേഗപാതയിൽ
ആക്സിഡന്റിൽ മരിക്കുന്നു നിസ്വനായി!

നിസ്സഹായനായ് നോക്കി നിന്നീടുമ്പോൾ,
മണ്ണ് വന്ധ്യയായ് കണ്ണുനീരൊപ്പുന്നു.
പൃഥ്വി ഉർവ്വരയല്ലാതെ കോൺക്രീറ്റു
കാടിനഗ്നിയിൽ നീറിപ്പുകയുന്നു,
തുള്ളിവെള്ളം തരൂ, തൊണ്ടവറ്റുന്നൂ.
അമ്മകേഴുന്നു അന്ത്യക്കിടക്കയിൽ
ഇല്ല വെള്ളം തരാം കോളയെന്നു ഞാൻ
ചൂണ്ടി നിൽപ്പു വിഷജലപ്പാട്ടയിൽ!
വേണ്ട വെള്ളം തരൂ വായു എന്നവർ -
ഒന്നുകൂടിയീ ശ്വാസം വലിക്കട്ടെ
ഇല്ല പ്ലാസ്റ്റിക്കുകൂമ്പാരമിന്നതിൽ
ശുദ്ധവായുതരാൻ മമ മാതാവേ,
കയ്യൊഴിഞ്ഞു ഞാൻ നിൽക്കവേ മാതാവു
ചൊല്ലി മെല്ലെ സുകൃതക്ഷയം അഹോ!
അമ്മതൻ നേത്രമശ്രു സമുദ്രമായ്,
മന്ദമാരുതൻ വീശിക്കടന്നുപോയ്
അമ്മതൻ ദേഹി കൂടെപ്പറന്നുപോയ്.

കൺകെട്ടുകാരൻ

മരണത്തിന്റെ പന്ഥാവിലേയ്ക്ക് നടന്നുകയറാൻ കൊതിച്ചത്
സായൂജ്യത്തിന്റെ സമാധാനത്തിന്റെ പ്രകാശം
തേടിയുള്ള ഏതോ യാത്രക്കൊടുവിലാണ്.
സംസാരത്തിലെ വിഹ്വലതകൾ ഒന്നൊന്നായി
കൊഴിഞ്ഞുപോകുന്നതും സ്വപ്നം കണ്ടുകൊണ്ടാണ്.
അന്തമില്ലാത്ത ആഴിക്കും, ആകാശത്തിനുമക്കരെ,
ആത്മസാക്ഷാത്ക്കാരത്തിന്റെ കോട്ടപണിയാൻ
വെമ്പിയ മനുഷ്യൻ,
തിരയൊഴിഞ്ഞ കടലിന്റെ പ്രശാന്തസംഗീതം
മരണത്തിലാണെന്ന് ആശ്വസിച്ചു.
പക്ഷേ-ഒടുവിൽ തിരിച്ചറിവുണ്ടായി!
ദുഃഖങ്ങളുടെ ബന്ധനത്തിൽ നീ വീർപ്പുമുട്ടിയപ്പോൾ
സൂത്രശാലിയായ മനസ്സ് നൽകിയ വാഗ്ദാനമാണത്.
വീർപ്പുമുട്ടലുകൾക്കൊടുവിൽ പരിത്യാഗ-
ത്തിന്റെ പരിശുദ്ധി നിന്നെപുണരുന്നത് നീ കിനാവു കണ്ടു
ബന്ധങ്ങളും ബന്ധനങ്ങളും പൊട്ടിച്ചെറിയാമെന്ന്
നീ വ്യാമോഹിച്ചു.

എല്ലാം വെറുതെ, വെറുതെ

ജാലവിദ്യക്കാരനായ മനുഷ്യന്റെ

ഓരോ കൺകെട്ട്, വെറും കൺകെട്ട്.

കവിത

ഉൾത്തടത്തിലെ ഏതോ ചുഴികൾക്കിടയിൽ നിന്ന്
കടയപ്പെട്ട് ഉതിർന്നു പുറത്തേക്കൊഴുകി
ചേതനയിൽ ഞാൻ കൊരുത്തുവെച്ച ആശയങ്ങൾ
അവയ്ക്ക് എന്റെ സ്വത്വത്തിന്റെ ഛായയായിരുന്നു!
അവയ്ക്ക് അർത്ഥമുണ്ടായിരുന്നു.
കിനാക്കളും ചൂടും ചൂരുമുണ്ടായിരുന്നു.
വാക്കിന്റെ തീഷ്ണമായ ഗന്ധമുണ്ടായിരുന്നു
അതെന്റെ കവിതയായിരുന്നു....

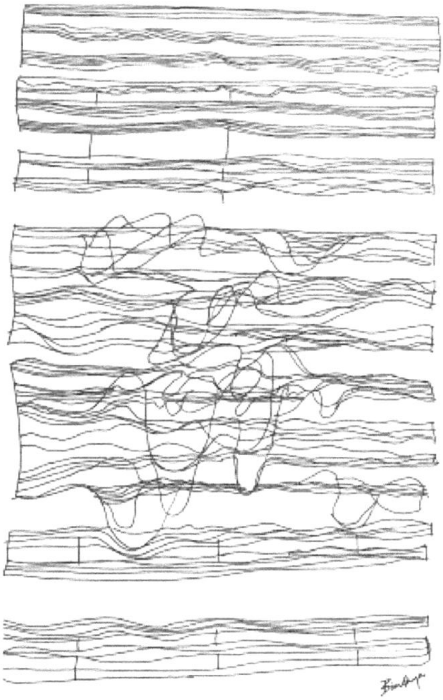

നിറം മങ്ങിയ ക്യാൻവാസ്

എന്റെ സ്വപ്നങ്ങൾക്ക് നിറങ്ങളേകാൻ
ഞാനൊരുക്കിയ ക്യാൻവാസിൽ നിന്ന്,
നിറങ്ങൾ എന്നെ നോക്കി പല്ലിളിച്ചു കൊണ്ട്
മറഞ്ഞുപോകുന്നത്
കണ്ണുനീരിന്റെ മറവിലും ഞാൻ കണ്ടു.
നിസ്സഹായതയുടെ മൂടുപടത്തിൽ കിടന്നു
വിങ്ങിയ എനിയ്ക്ക് നൊമ്പരങ്ങളുടെ
പാരാവാരത്തിലേക്ക് ഇറങ്ങിച്ചെല്ലാൻ ഭയമായിരുന്നു.
പച്ചയും, മഞ്ഞയും ചേർന്ന നിറപ്പകിട്ടിൽ
എന്റെ ആത്മാവ് എന്നെ നോക്കി പരിഹസിക്കുന്നത് ഞാൻ
കണ്ടു
നിനക്ക് പറക്കാൻ ചിറകുകൾ തന്നിട്ടും,
ചിതൽ തിന്നു തുടങ്ങിയ പഴയ സ്വപ്നങ്ങളെത്തന്നെ
വീണ്ടും പ്രണയിച്ചത് എന്തിനായിരുന്നു?
ആ ചോദ്യം വീണ്ടും, വീണ്ടും എന്നിലേയ്ക്ക് കുത്തി ഇറക്കി
നേരം തെറ്റിവന്ന ഒരു കാറ്റ് കടന്നുപോയി.

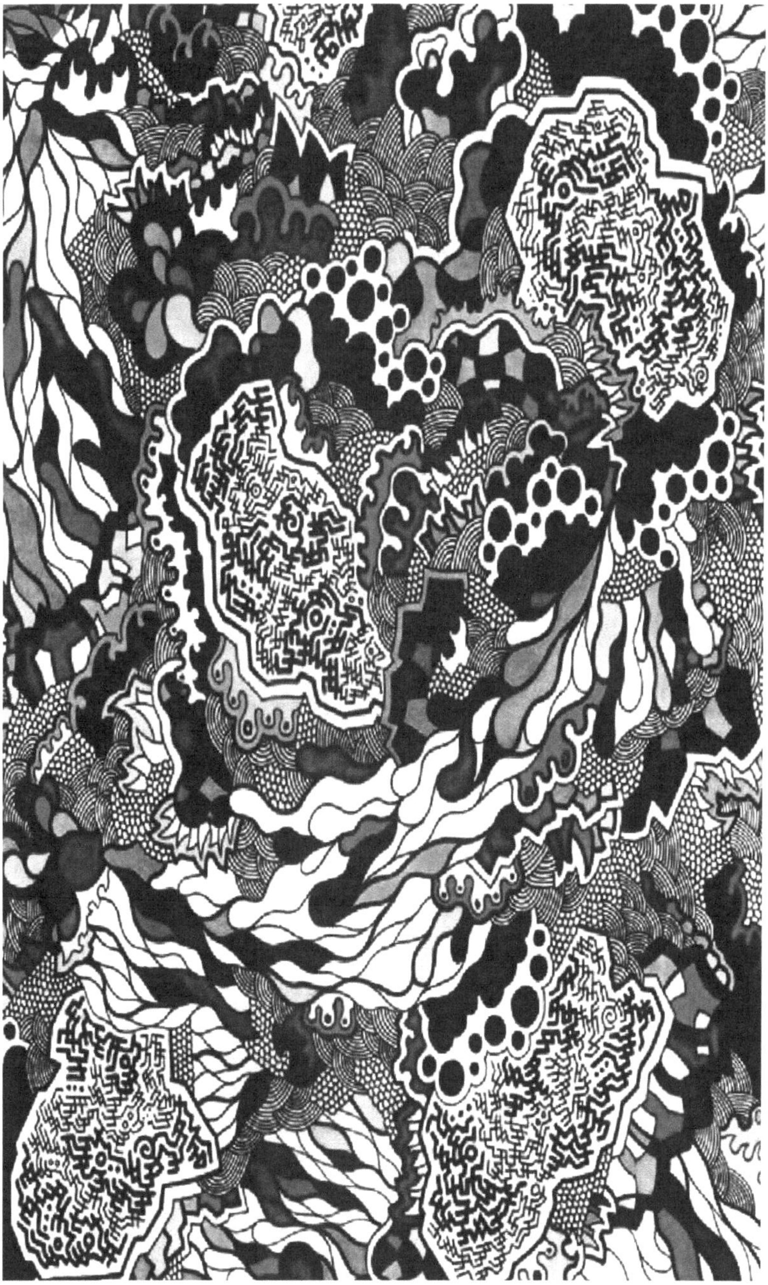

കളിക്കൂട്ടുകാരന്

എന്റെ സ്വപ്നങ്ങൾക്ക് ചിറകുമുളച്ചപ്പോൾ
നിന്റെ കണ്ണുകളിലെ നീലാകാശത്തിലേയ്ക്ക്
ഉയർന്നു പറക്കാൻ ഞാൻ അറിയാതെ കൊതിച്ചു
നിന്റെ കണ്ണുനീരിൽ അലിഞ്ഞ്, നിന്റെ
ദുഃഖങ്ങളുടെ മഹാസാഗരത്തിലേയ്ക്ക്
സാന്ത്വനത്തിന്റെ വീചിയായി
ആഞ്ഞടിക്കാനും ഞാൻ ആശിച്ചു
എനിക്കും, നിനക്കും പങ്കുവെക്കാൻ
സ്വപ്നങ്ങളല്ലാതെ ദുഃഖങ്ങളല്ലാതെ മറ്റെന്തുണ്ട്?
നിന്റെ ഹൃദയം എനിക്കായാണ് മിടിക്കുന്നതെന്ന്
നീ മൊഴിഞ്ഞതും ഓർത്ത് എന്റെ
രാത്രികളെ ഞാൻ ധന്യമാക്കി!
കണ്ണുകളിൽ കിനാവിന്റെ സ്പർശമേറ്റ്
ഞാൻ ഉറങ്ങിയപ്പോഴും, നീ അരൂപിയായി
എന്നിലേക്കിറങ്ങി വന്നിരുന്നു.
നക്ഷത്രരാശികളെ കൈചൂണ്ടിക്കൊണ്ട്,
അവയോടൊപ്പം ഒരു നക്ഷത്രക്കൂട്ടമായി

നമുക്കും ചേരാമെന്ന് നീ പറഞ്ഞത്
ഇപ്പോഴും എനിക്കോർമ്മയുണ്ട്.
മറവിയുടെ ഇടിനാദം ഇനിയും കീഴ്പെടുത്താത്ത
എന്റെ മസ്തിഷ്കധമനികളിൽ
നിന്നെക്കുറിച്ചുള്ള സ്മൃതികൾ
ശാന്തമായി ഒഴുകുന്നുണ്ടായിരുന്നു.
ഇനിയും പെയ്തു തീരാത്ത മഴയായി
കണ്ടുതീരാത്ത സ്വപ്നമായി
ഒഴുക്കിത്തീരാത്ത കണ്ണുനീരായി
ആശിച്ചുതീരാത്ത ആഗ്രഹമായി നീ
പൂത്തുനിൽക്കുകയാണ്;
വസന്തത്തിലെ തുമ്പപ്പൂക്കളെപ്പോലെ
വിശുദ്ധിയുടെ ആടകളണിഞ്ഞ്!

മലരിന്റെ സ്വപ്നം

വിടരാൻ വെമ്പുന്ന മലരിന്റെ സ്വപ്നങ്ങൾ...
വാടികയിലെ ഏറ്റവും നല്ല പുഷ്പമാകാൻ,
സൗരഭ്യം പകർന്ന് വിടർന്നു വിലസാൻ,
മധുപകർന്ന് വണ്ടുകളെ ആകർഷിക്കാൻ,
ഒടുവിൽകൊഴിഞ്ഞ് മണ്ണിന്റെ സത്തായി മാറാൻ....

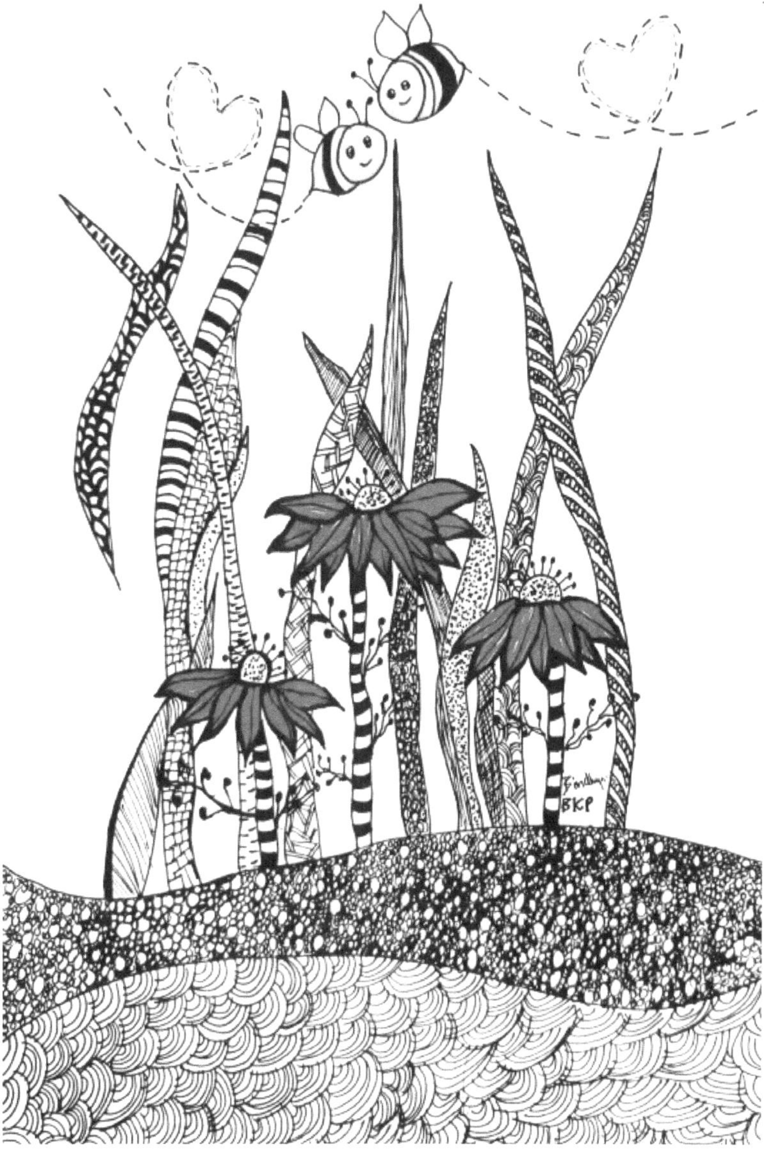
BKP

അപരിചിതർ

വേദനയിൽ പിടഞ്ഞ്
മരണം കാത്തുകിടന്നപ്പോൾ
ബാക്കിയുണ്ടായിരുന്ന സ്വപ്നങ്ങൾ!
വെറും വിൺവാക്കായി
വിടരാതെ കൊഴിഞ്ഞ പൂക്കളായി
അവ മനസ്സിൽ നീറിക്കിടന്നു.
അവസാനമായി ഒരു നോക്കുകാണാൻ
മക്കൾ വരുമോ? അറിയില്ല!
വൃദ്ധസദനത്തിന്റെ ജനലിലൂടെ
പുറത്തെ വിശാലമായ ലോകത്തിലേക്ക്
ഒന്ന് എത്തിനോക്കി.
വരുമായിരിക്കും എവിടയോ
പ്രതീക്ഷയുടെ വെള്ളിവെളിച്ചം,
വീഴാതിരിക്കാൻ കൈപിടിച്ചു
പിച്ച നടത്തിച്ച കിടാങ്ങൾ
ഇന്ന് അപരിചിതർ
തീർത്തും അപരിചിതർ.

സ്നേഹം

സ്നേഹത്തിന്റെ അർത്ഥാന്തരങ്ങൾ;
ജീവിതത്തിന്റെ വർണ്ണങ്ങൾ
വാഗ്ദാനം ചെയ്തുകൊണ്ട്
നവവരൻ നൽകുന്ന സ്നേഹം,
ദീനശയ്യയിൽ പിതാവിനോട്
പുത്രൻ ചൊരിയുന്ന സ്നേഹം
അമ്പിളിമാമനെ കാണിച്ചുകൊടുക്കുന്ന
അമ്മയുടെ സ്നേഹം
ഒടുവിൽ എല്ലാം "അഭിനയം" എന്ന്
തിരിച്ചറിഞ്ഞ നിമിഷം
ഇതിൽനിന്നൊക്കെയുള്ള ഒരു രക്ഷപ്പെടൽ!
നിത്യമായ സ്നേഹത്തിന്റെ ചക്രവാളം തേടിയുള്ള യാത്ര...

Bindhya...

അച്ഛൻ

നൊമ്പരങ്ങളെല്ലാമൊതുക്കി
കണ്ണുനീര് കടിച്ചമർത്തി
മുള്ളുപാകിയ പാതകൾ പിന്നിട്ടു
അദ്വിതീയനായ് ഇന്നും, എന്നും
ഒന്നിനോടും ഭയം പുലർത്താതെയും
സത്യധർമ്മത്തെ നെഞ്ചോടടുപ്പിച്ചും,
ഇന്നു മജിതനായ് നിൽക്കുമെൻ
താതനെ കണ്ണുനീരാൽ പ്രണമിച്ചിടുന്നു ഞാൻ.

* *(അജിതൻ - ആരാലും ജയിക്കപ്പെടാത്തവൻ)*

കണ്ണുനീര്

കണ്ണുനീരിന് ഉപ്പിന്റെ രുചിയെന്ന് കവി പാടി,
അമ്മയുടെ കണ്ണുനീരിന് അഗ്നിയുടെ
തീക്ഷ്ണതയുണ്ടെന്നും കേട്ടു.
ഒടുവിൽ കണ്ണുനീരിൽ കുതിർന്നപ്പോൾ
തിരിച്ചറിഞ്ഞു കണ്ണുനീരിനും മധുരമുണ്ടെന്ന്
ജീവിതത്തിന്റെ അനിർവചനീയമായ മധുരം.

കുഞ്ഞുണ്ണി മാഷ്

കുഞ്ഞായ ഉണ്ണി, കുഞ്ഞുണ്ണി
പത്രത്താളിൽ ചിരിച്ചു നിൽക്കുന്നു
കുഞ്ഞുമക്കൾക്കൊക്കെയും മാഷായ കുഞ്ഞുണ്ണി,
പത്രവാർത്തയിലൂടെ ഞാൻ പോകവേ,
നെഞ്ചിലെന്തോ പിടഞ്ഞു സഗദ്ഗദം
ഓർത്തുപോയി ഞാൻ കുട്ടിക്കവിതകൾ!
അർത്ഥവത്തായ കൊച്ചുവരികളിൽ
വിസ്മയം തീർത്ത കുഞ്ഞുണ്ണിമാസ്റ്റർ
ജീവിതത്തിന്റെ അർത്ഥവിന്യാസങ്ങൾ
ഏറെ ലളിതമായ് പാടിപ്പഠിപ്പിച്ച,
കുഞ്ഞുമാഷെന്റെ കുഞ്ഞുണ്ണിമാഷ്
വാക്കുകളിൽ ശരംവെച്ചു കുട്ടികൾ-
ക്കേറെയേറെ അറിവുകൾ നൽകിയ
കുട്ടിക്കവിതകൾ പാടിരസിപ്പിച്ച,
കുഞ്ഞുമാഷായ കുഞ്ഞുണ്ണിമാസ്റ്റർ!
ആരോടും പരിഭവം നടിക്കാതെ
കുട്ടികൾ തൻ തോഴനായ് മേവിയ
കുട്ടിക്കവിത തൻ തമ്പുരാൻ "കുഞ്ഞുണ്ണി"
തൻ കവിതകൾ മാത്രം സമർപ്പിച്ചു
നമ്രശീർഷനായ് വേദിയൊഴിഞ്ഞുപോയ്

യാത്രാമംഗളം - മാധവിക്കുട്ടിക്ക്

ഇനി നേരാം യാത്രമംഗളം സഖീ,
പറയാൻമാത്രം പദം മെനയാനാകുന്നില്ല.
ഇന്നുനീ വിടപറഞ്ഞകലുന്ന വേളയിൽ,
എൻഹൃദയത്തിലെന്തൊക്കെയോ സമ്മിശ്രവികാരങ്ങൾ.
ജനിച്ച മണ്ണുവിട്ട് നടന്നകലുന്ന സഖീ,
അറിയുന്നു ഞാൻ നിന്റെ കണ്ണിലെ അശ്രുബിംബം.
മുത്തുപോൽ പൊഴിഞ്ഞവ
മുറ്റത്തുകിടക്കുന്ന മുഗ്ദമാം നീർമാതളപ്പൂക്കളെത്തഴുകുന്നു.
കല്ലെറിഞ്ഞവരെപ്പോലും
ഒരു പാഴ്വാക്കാൽപോലും,
വേദനിപ്പിക്കാതെ നീ സ്വന്തമായ് വേദനിച്ചു.
നടന്നകന്നേതോ സ്വാസ്ഥ്യത്തിൻ തീരംതേടി
നിൽമണ്ണുവിട്ടന്യമാം നാട്ടിലേക്കകലുമ്പോൾ,
എനിക്കുതരാൻ വെറും അശ്രുവിൻ കടൽ മാത്രം
പ്രണയസങ്കല്പത്തെ നീ ആദിമ
സത്യമായ് ത്തഴുകി സ്വയം
രാധയായി അവരോധിച്ചപ്പോൾ,
തകർന്ന കപട സദാചാര മുഖംമൂടികൾ
വിഷംവെച്ച വാക്കുകൾകൊണ്ട് ശരങ്ങൾ ഉതിർത്തപ്പോൾ,

പുഞ്ചിരിമാത്രം പൊഴിച്ചെത്ര ധീരോദാത്തമായ്
ശക്തമായ് നീ ഉതിർത്ത വാക്കിന്റെ നാനാർത്ഥത്തിൽ-
സ്ത്രീസ്വത്വത്തിൻ തുറന്ന ജാലകങ്ങൾ
സഹൃദയർക്കായ് നീ കാഴ്ചവെച്ചപ്പോൾ,
നെറ്റി ചുളിച്ചേതൊക്കെയോ പ്രമാണി വർഗ്ഗങ്ങൾ
കൂസാതെ നീ നടന്നു ഒരു ജേതാവിനെപ്പോൽ

അഭയം

എവിടെ അഭയം?
ഏതേതു വൃക്ഷച്ചുവട്ടിൽ!
ഏതു സദനത്തിൽ!
അറിയില്ല....
ഇനിയും കൊടുത്തു തീരാത്ത-
തണലുമായ്...
പഴയ തേന്മാവിന്റെ നിൽപ്പുകാൺകെ-
ഇനി ചോദിക്കുവാൻ-
ബാക്കി ഈ ചോദ്യം മാത്രം
ഇവിടെ ലഭിക്കുമോ-
ഇത്തിരി അഭയം?
കനൽ വീണ വഴികളിൽ
ചവിട്ടുവതെവിടെ-
എന്നറിവീല
എങ്കിലും
മനസ്സിന്റെ കോണിലെവിടെയോ-
മുഴങ്ങുന്നു, പണ്ടമ്മ-
സന്ധ്യാനേരങ്ങളിൽ ചൊല്ലിച്ച പ്രാർത്ഥന.

പാതി മറന്നെങ്കിലെന്ത്-

മുഗ്ദമാം പ്രാർത്ഥനാമന്ത്രം

പകർന്ന ശാന്തി സ്മൃതി,

[illegible]

ജീവിതഭാരം പേറി ഓടി തളരവെ

ഓരോ മുഖങ്ങളും കണ്ടു മറയവെ

കിട്ടുമോ സാന്ത്വനം

ചൂടുള്ള കണ്ണുനീർ.

ഒന്നു തുടച്ചോരാൾ ചൊല്ലുമോ-

സ്നേഹ ധ്വനി.

വാങ്ങുവതെത്ര

വരവെത്ര, ചെലവെത്ര

എന്നോർത്തോർത്ത്....

സങ്കീർണ്ണമാം ചതുഷ്ക്രിയകളിൽ-

നീന്തീടവെ-

സായന്തനങ്ങളിൽ ഓർക്കുവാനിത്തിരി-

വേദന മാത്രം നിറയുന്നിതെൻ ഹൃത്തിൽ

ഏതു ശിഖരത്തിൽ

പണിയണം ഞാനിനി

നിത്യസുന്ദരമായൊരഭയസ്ഥാനം സഖീ...

♦♦